ஜென் கதைகள்

திருக்குமரன்

சத்யா

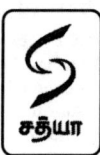

Title:
Zen Kathaigal
Thirukumaran

ISBN: 978-93-92474-98-9
Title Code : Sathyaa - 085

நூல் தலைப்பு
ஜென் கதைகள்

நூல் ஆசிரியர்
திருக்குமரன்

முதற்பதிப்பு
ஆகஸ்ட் 2024

விலை : ₹ 60

பக்கம் : 63

Printed in India

Published by
Sathyaa Enterprises
No.137, First Floor,
Choolaimedu,
Chennai - 600 094.
044 - 4507 4203

Email
sathyaabooks@gmail.com

உள்ளே...

1.	தங்கும் விடுதி மட்டுமே....!	5
2.	மன்னிப்பு எனும் காற்று	8
3.	பத்தாண்டுகளுக்கு இரண்டே வார்த்தை!	10
4.	இயற்கை என்பது என்ன?	12
5.	பானைக்குள் என்ன இருக்கிறது?	14
6.	பரிபூரணத்திற்கு எத்திசையில் பயணம்?	16
7.	மனம் நிறைய அழுக்கு	18
8.	கடவுளுக்கு உருவம் உண்டா?	21
9.	பூட்டை திறப்பவருக்கு தலைமைப் பதவி	23
10.	எங்கும் இருக்கும் இறைவன்!	25
11.	மழை வருமா?	27
12.	மேலுலகம் வரும் போது கொடுங்கள்!	29
13.	உன்னை நம்பு	31
14.	அழியாத பொருளுண்டோ உலகில்?	33

15.	அன்பு பூக்கச் செய்யும்!	36
16.	மண்ணை நேசித்தால் மலரும் பூக்கள்!	39
17.	ஒரு வாரம் சிறையிலிருப்பாய்!	41
18.	இறைவன் படைத்த உயிர்!	43
19.	மனதை விட்டு இறங்காத எண்ணம்	45
20.	உடனே கடவுளைக் காட்டுங்கள்!	47
21.	உன்னுள் நீ யார்?	50
22.	நான் எனும் கர்வம்	52
23.	வார்த்தைகள் வலிமை மிக்கவை	54
24.	உண்மையை எப்படிக் கண்டறிவது?	56
25.	சீடராகச் சேர்வதற்கு சோதனை!	59
26.	போராட்டம் எனும் வலிமை	61

1. தங்கும் விடுதி மட்டுமே....!

பக்கத்து நாட்டிற்கு சென்று விட்டு மன்னன் திரும்பிக் கொண்டிருந்தான்.

வழியில் ஒரு மரத்தடியில் ஜென் குரு ஒருவர் ஓய்வு எடுத்துக் கொண்டிருந்தார்.

மன்னர் குதிரையிலிருந்து இறங்கி வந்து வணக்கம் கூறினார்.

"குருவே தாங்கள் எப்பேர்ப்பட்ட ஞானி, இந்த மரத்தடியில் கடும் வெயிலில் உட்கார்ந்து உங்கள் வாழ்நாளை வீணாக்கலாமா?" என்றான் மன்னன்.

"மரம் என்றா கூறினாய் மன்னா. இது, என்னுடைய மடாலயம். இன்னும் சிறிது நேரத்தில் ஏராளமான சீடர்கள் இங்கு வந்து கூடுவார்கள் பார். அவர்கள் என்னிடம் வேண்டிய மட்டும் ஞானத்தை பருகிச் செல்வார்கள்."

"கற்சுவர் ஏதுமற்ற இந்த மரத்தடியை நீங்கள் மடாலயம் என்று கூறுவது எப்படி ஏற்புடையதாகும் குருவே. உங்களுடைய தகுதிக் கும், ஞானத்துக்கும் பாதுகாப்பான இடம் என்னுடைய பெரிய

அரண்மனை தான். நீங்கள் அங்கு வந்து தங்குவது தான் சிறப்பு. உங்களுக்கு ஆயிரம் பேர் பணிவிடை செய்ய என் அரண்மனையில் காத்து இருக்கிறார்கள்" என்றான் மன்னன்.

"மன்னா இன்று வாய்ப்பில்லை. நீ அன்புடன் அழைப்பதால் நாளை வேண்டுமானால் உன் விடுதிக்கு வந்து நான் சில நாட்கள் தங்கிச் செல்கிறேன். சரிதானா?" என்று ஜென் குரு கூறினார்.

ஜென் குரு கூறியதைக் கேட்டு அரசன் மிகுந்த அதிர்ச்சி அடைந்தான். எப்பேர்ப்பட்ட புகழ் பெற்ற அரசன்! எதிரி நாட்டவரும் பார்த்தால் மயங்கும் எத்தகைய கவின்மிகு அரண்மனை!

வருத்தம் தோய்ந்த முகத்துடன் 'குருவே! வரலாற்றுச் சிறப்புமிக்க என்னுடைய அரண்மனையை தாங்கள் விடுதி என்று சொல்லி விட்டீர்கள்' என்றான்.

'மன்னா! நான் உண்மையைத் தானே கூறினேன். உனக்கு முன்னால் இந்த அரண்மனையில் யார் இருந்தார்கள்?'

மன்னன், 'தன் தந்தையார்' என்று கூற,

'அதற்கு முன் யார் இருந்தார்கள்' என்று குரு கேட்டார்.

மன்னர் 'தன் பாட்டனார்' இருந்ததாக கூறினான்.

'உன் தந்தை, பாட்டனார் எல்லாரும் இப்போது எங்கே இருக்கிறார்கள்?'

'அவர்கள் இறந்து மேலுலகம் சென்று விட்டார்கள் குருவே' என்றான் மன்னன்.

'உனக்கு பிறகு யார் இந்த அரண்மனையில் இருப்பார்கள்?'

'என் மகன், அவனுக்குப் பின் என் பேரன் இருப்பார்கள் குருவே.'

இப்போது குரு மன்னனை கூர்ந்து பார்த்தார். "ஆக உன் பாட்டனார் சில காலம் இந்த கட்டிடத்தில் வாழ்ந்தார். பிறகு போய் விட்டார். அதன் பின் உன் தந்தை இருந்தார். அவரும் போய்விட்டார். இப்போது நீ இருக்கிறாய். நீயும் ஒரு நாள் மேலுலகம் போய் விடுவாய். உனக்குப் பின் உன் மகன் இங்கு வசிப்பான். அவன்

போன பின் உன் பேரன் தங்கியிருப்பான்.

யாரும் இங்கே நிரந்தரமாக இருக்கப் போவதில்லை. இப்படி ஒவ்வொருவரும் சில காலம் மட்டுமே தங்கிப் போகும் இடத்தை நான் தங்கும் விடுதி என்று சொன்னதில் என்ன தவறு இருப்பதாக நீ நினைக்கிறாய் மன்னா?' என்று அந்த ஜென் குரு கேட்டபோது, மன்னன் தன்னிடம் பதிலேதும் இல்லாததால் மௌனமாய் நின்றான்.

●

2. மன்னிப்பு எனும் காற்று

அது ஒரு பாலை மணல்வெளி. அந்த இடத்தில் இரண்டு நண்பர்கள் மிகவும் சுவாரசியமாக பேசிக் கொண்டே நடந்து போய் கொண்டிருந்தனர்.

தங்களுடைய குரு சொன்ன ஒரு தத்துவம் குறித்து அப்போது அவ்விருவருக்கும் கடுமையான தர்க்கம் ஏற்பட்டது. இருவரும் அவரவர் கருத்தில் மாறுவதாக இல்லை.

தர்க்கம் தாண்டி அவர்களுக்குள் வார்த்தைகள் தடிக்கத் தொடங்கி விட்டது. தர்க்கத்தை துவங்கிய நண்பன் மற்றவனை பளாரென்று கன்னத்தில் அறைந்து விட்டான்.

அறை வாங்கியவன் நண்பனை கோபித்துக் கொள்ளவில்லை. அமைதியாக ஒதுங்கிப் போய் மணலில் அமர்ந்தான்.

மணலில் அவனது விரல்கள் எழுதத் துவங்கின.

'இன்று என் உயிர் நண்பன் என் கன்னத்தில் அறைந்து விட்டான்.'

அவனை கன்னத்தில் அறைந்தவன் அதனை வாசித்து விட்டு ஒன்றும்

புரியாமல் ஒரு நிமிடம் நின்றான். பின்னர் இருவரும் நடையைத் தொடர்ந்தார்கள்.

அவர்கள் சென்ற பாலைவனத்தில் ஒரு புறம் ஒரு அழகிய நீரூற்றைக் கண்டார்கள்.

நடந்த வந்த களைப்பும், வெப்பமும் தீர அந்த ஊற்றில் இறங்கி அவர்கள் இருவரும் குளிக்கத் துவங்கினார்கள்.

கன்னத்தில் அறை வாங்கியவன் காலை திடீரென்று யாரோ இழுப்பது போன்ற உணர்வு ஏற்பட்டது. ஆம் அது ஒரு புதைகுழி. அதில் அவன் சிக்கிக் கொண்டான்.

நண்பனின் நிலையை அறிந்து பரபரப்புடன் மிகவும் பிரயத்தனப் பட்டு அவனை புதை குழியிலிருந்து வெளியில் இழுத்து காப்பாற்றி கரை சேர்த்தான் அவனை அறைந்தவன்.

உயிர் பிழைத்த நண்பன் ஊற்றை விட்டு வெளியில் வந்ததும் அருகில் இருந்த ஒரு கல்லின் மீது அமர்ந்தான்.

ஒரு கூர்மையான சிறிய கல்லை எடுத்து தட்டி தட்டி எழுத ஆரம்பித்தான் அவன். 'இன்று என் உயிர் நண்பன் என் உயிரைக் காப்பாற்றினான்'

அவனைக் காப்பாற்றிய நண்பன் அதைப் படித்து விட்டு கேட்டான்.

"நான் உன்னை கன்னத்தில் அறைந்த போது மணலில் எழுதினாய். இப்போது உன்னை நான் காப்பாற்றினேன் நீ கல்லில் எழுதுகிறாய். இதற்கு என்ன அர்த்தம் என்பது புரியவில்லையே நண்பா?"

அதற்கு அந்த நண்பன் கூறினான் : "நம்மை யாராவது காயப் படுத்தினால் அதை மணலில் எழுதிவிடு. மன்னிப்பு எனும் காற்று அதை அழித்து விட்டுப் போய்விடும். ஆனால் யாராவது உனக்கு நல்லது செய்தால் அதை உடனே கல்லில் எழுதிவிடு. காலத்தை தாண்டி அது நிலைத்திருக்க வேண்டும்."

●

3. பத்தாண்டுகளுக்கு இரண்டே வார்த்தை!

புத்த பிட்சுக்களுக்கான பெரிய மடாலயம் அது. மிகவும் கட்டுப்பாடுகளும், ஒழுக்க நெறிகளும் மிகுந்த மடாலயம் அது.

அங்கே முக்கியமாக யாருக்கும் பேச்சுரிமை என்பது முற்றிலுமாக தடை செய்யப்பட்டிருந்தது.

அங்கே தங்கியிருக்கும் புத்த மத துறவிகள் எவரும் வாயைத் திறந்து பேசவே கூடாது என்பது அந்த மடாலயத்தின் முக்கியமான கட்டுப்பாடு.

ஆனால் ஒரு விதிவிலக்கு. அந்த மடலாயத்துக்குள் தங்கியிருப்பவர்கள் பத்தாண்டுகளுக்கு ஒரு முறை பேசலாம். ஆனால் இரண்டே இரண்டு வார்த்தைகள் மட்டும்தான் அனுமதி.

அந்த புத்த மடலாயத்துக்கு தலைமைப் பிட்சு ஒருவர் இருந்தார். அவரது சீடர் ஒருவர் அந்த மடத்தில் பத்து ஆண்டுகளை ஒரு வார்த்தை கூடப் பேசாமல் கழித்து விட்டார்.

பத்தாம் ஆண்டு முடிவில் தலைமைப் பிட்சுவிடம் அவர் வந்தார்.

சீடரைப் பார்த்து 'சொல்லு... நீ பேச விரும்பும் இரண்டு வார்த்தைகள் என்ன?' என்று கேட்டார்.

'படுக்கை... கடினம்' என்றார் சீடர்.

'ஓ... அப்படியா...' என்று பதிலளித்தார் தலைமைப் பிட்சு.

மீண்டும் பத்தாண்டுகள் முடிந்தது. அந்த சீடர் தலைமைப் பிட்சுவிடம் வந்தார்.

"நீ இந்த முறை பேச விரும்பும் இரண்டு வார்த்தைகள் என்ன?"

"சாப்பாடு... நாற்றம்...."

"ஓ.. அப்படியா..." கேட்டுக் கொண்டார் குரு.

மேலும் பத்து ஆண்டுகள் கழிந்தன. அந்த சீடர் வந்தார்.

'ஓ... பத்தாண்டுகள் ஓடிவிட்டனவா....சரி இப்போது நீ பேச விரும்பும் இரு வார்த்தைகள் என்ன?' என்று கேட்டார் தலைமை பிட்சு.

"நான்.... போகிறேன்..."

"நல்லது. உன்னிடம் நான் எதிர்பார்த்த ஒன்று தான் இது. இந்த முப்பது வருடங்களும் நீ ஒன்றைத் தான் சொல்லிக் கொண்டிருந் தாய். அது புகார் ஒன்றுதான். சரி கிளம்பு நீ...." என்றார் தலைமை பிட்சு.

●

4. இயற்கை என்பது என்ன?

அந்த ஊரில் இரண்டு ஜென் புத்தமடங்கள் அடுத்தடுத்து இருந்தன. அந்த இரண்டு மடங்களில் ஒன்று மிகப் பெரியது. அதில் அழகிய நந்தவனம் ஒன்றும் இருந்தது.

அந்த இரண்டு வழிபாட்டுக் கட்டிடங்களுக்கு இடையே சிறிய சுவர் மட்டும் தடுப்புச் சுவராக இருந்தது.

அந்த அழகிய நந்தனவனத்தை ஒருவர் பராமரித்துக் கொண்டிருந் தார். அந்த ஜென் புத்த மடத்துக்கு வெளியூரிலிருந்து பெரிய துறவி ஒருவர் வருகை புரிய இருக்கின்றார் என்பதற்காக நந்தவனத்தை பராமரிப்பவர் மிகவும் மெனக்கெட்டுக் கொண்டிருந்தார்.

நந்தவனம் முழுவதையும் பார்த்து பார்த்து சுத்தம் செய்து கொண்டிருந்தார்.

அந்த நந்தவனத்திலிருந்த மரம், செடி, கொடிகளுக்கு கீழே உதிர்ந்து கிடந்த சருகுகளை எல்லாம் சுத்தம் செய்தார்.

செடிகளை வெட்டி வெட்டி அழகுபடுத்தினார். காய்ந்து பழுத்த இலைகளை எல்லாம் பொறுக்கி அப்புறப்படுத்தினார்.

இப்போது அந்த நந்தவனத்தை ஒரு தடவை சுற்றிப் பார்த்தார். அது மிகவும் சுத்தமாக பிரகாசமாக இருப்பதைப் பார்த்து தனக்குத் தானே அவர் பெருமைப்பட்டுக் கொண்டார்.

அவர் செய்து கொண்டிருந்த பணிகள் யாவற்றையும் இடையில் இருந்த சிறிய சுவருக்கு அப்பால் நின்றபடி அந்த ஆலயத்தில் இருந்த முதிர்ந்த ஜென் துறவி ஒருவர் பார்த்துக் கொண்டே இருந்தார்.

அதனைக் கவனித்த நந்தவன தோட்டக்காரர் 'ஐயா இப்போது இந்த நந்தவனம் எத்தனை அழகாக இயற்கையாக இருக்கிறது பார்த்தீர் களா?' என்று கேட்டார்.

அந்த துறவியோ 'இல்லை அய்யா! ஏதோ ஒரு குறைபாடு இருப்பது போல் எனக்கு தோன்றுகிறது. இந்த நந்தவனம் இயற்கையாக தோன்றவில்லை பார்ப்பதற்கு, என்னை இந்த சுவரைத் தாண்டி வருவதற்கு கை கொடுத்தால் நான் அங்கு வந்து அதனைச் சரி செய்து விடுவேன். அப்புறம் மிகவும் அருமையாக இருக்கும். வரப் போகும் பெரிய குரு உங்களைப் பாராட்டக் கூடும்' என்றார்.

சரியென்று தோட்டக்காரரும் அந்த துறவி நந்தவனத்துக்குள் வருவ தற்கு உதவியாக அவரை சுவரேற்றி கீழே இறங்கச் செய்தார்.

உள்ளே வந்த அந்த துறவி ஒரு மரத்தின் அருகில் சென்று அதனைப் பலம் கொண்ட மட்டும் பிடித்து ஆட்டினார்.

அப்போது மரத்திலிருந்து சில இலைகள் இயற்கையாய் கீழே உதிர்ந்து விழுந்தன.

'அய்யா! இப்போது உங்கள் நந்தவனம் மிகவும் இயற்கையாக இருக்கிறது. அழகாக இருக்கிறது' என்றார் அந்தத் துறவி.

●

5. பானைக்குள் என்ன இருக்கிறது?

'**தீ**மையை அகற்ற வேண்டுமென்றால் அதன் மீது நன்மையை மென்மேலும் நிரப்புங்கள். அது தானே அகன்று விடும்.'

ஜென்குரு தன்னுடைய சீடர்களுக்கு கூறிய அந்தத் தத்துவம் அவர்களுக்கு விளங்கவில்லை. சீடர்களுடைய முகத்தைப் பார்த்தே குரு அதனை அறிந்து கொண்டார்.

தன்னுடைய சீடர்கள் நால்வரையும் குரு அழைத்தார்.

'உங்கள் நால்வரில் யார் புத்திசாலி என்பதை நான் அறிய விரும்பு கிறேன். அதோ பாருங்கள் அங்கே கவிழ்த்தி வைக்கப்பட்டுள்ள பானைக்குள் என்ன இருக்கிறது?' என்று நால்வரிடமும் அவர் கேட்டார்.

முதலாவது சீடன் பானை கவிழ்ந்து இருப்பதைப் பார்த்து விட்டு 'குருவே அதற்குள் ஒன்றுமே இல்லை' என்றான்.

இரண்டாவது சீடன் அந்த பானைக்குள் என்ன இருக்கிறது என்று பார்த்து விடுமே என அதனை நிமிர்த்திப் பார்த்தான். உள்ளே எதுவுமே இல்லை என்று தன்னுடைய முடிவைச் சொன்னான்.

இதில் ஏதோ ஒரு சூட்சமம் உள்ளது என்று யோசித்தவனாய் மூன்றாவது சீடன் பானையைக் கையில் எடுத்து உள்ளே கையை விட்டு ஏதாவது உள்ளதா எனத் தேடிப் பார்த்தான்.

ஒன்றுமே இல்லை. அதனால் அவனும் பானைக்குள் எதுவும் இல்லை என்றான்.

இப்போது ஜென் குரு நான்காவது சீடனைப் பார்த்து, 'நீயாவது பானைக்குள் என்ன இருக்கிறது என்ற உண்மையைக் கண்டறிந்து சொல்வாயா?' என்று கேட்டார்.

அதற்கு அந்த சீடன், 'குருவே அந்த பானை நிறைய காற்று இருக்கிறது' என்று சட்டெனக் கூறினான்.

'ஓ... காற்று இருப்பதை பார்த்தாயா நீ? சரி, அப்படியென்றால் அந்தப் பானைக்குள் உள்ள காற்றை எப்படி எடுக்க வேண்டும். அது உன்னால் முடியுமா?' என்று ஜென்குரு கேட்டார்.

அப்போது அந்த சீடன் பானை முழுவதும் தண்ணீர் நிரப்பி விட்டு, 'இப்போது பானைக்குள் காற்று இல்லை' என்றான்.

ஜென்குரு அந்த சீடன் தான் புத்திசாலி என்பதைக் கண்டறிந்து அவனது மதிநுட்பத்தைப் பாராட்டினார்.

●

6. பரிபூரணத்திற்கு எத்திசையில் பயணம்?

ஜென்குரு அன்று மிகவும் களைப்பாக இருந்தார். தன்னுடைய சீடர்களுக்கு வேண்டிய அளவிற்கு, ஜென் தத்துவ விளக்கங்களை கூறி அவர்களையெல்லாம் பக்குவப்படுத்தி விட்டோம் என்று அவருக்குள் ஒரு நம்பிக்கை ஏற்பட்டிருந்தது.

எனவே தமது சீடர்களை எல்லாம் அழைத்தார். "சீடர்களே! இதுநாள் வரை நீங்கள் விரும்பிய ஜென் தத்துவ மேன்மை குறித்த விளக்கங்களை உங்களுக்கு வேண்டிய அளவிற்கு வழங்கி விட்டதாக எனக்குள் ஒரு பரிபூரண திருப்தி ஏற்பட்டுள்ளது.

ஆகையால் இனி நீங்கள் எல்லோரும் மக்கள் சேவை செய்வதற்காக நாடு முழுவதும் செல்லலாம்" என்றார்.

"குருவே! நாங்கள் ஒவ்வொருவரும் எந்தெந்த திசையில் பயணம் செல்வது என்று முன்பே முடிவு செய்து விட்டோம். அதன்படி நாங்கள் புறப்படுகிறோம்" என்றனர் சீடர்கள்.

ஒரு சீடனைத் தவிர எல்லோரும் சென்று விட்டனர். ஒரு இளம் சீடன் மட்டும் தயங்கிய படியே, 'குருவே! நான் வடதிசை நோக்கிச்

செல்ல விரும்புகிறேன். எனக்கு அனுமதி தாருங்கள்' என்றான்.

"வடதிசையா! அங்குள்ளவர் யாவரும் முரடர்கள் அல்லவா? உன்னால் அவர்களை சமாளிக்க முடியுமா?" என்று கேட்டார் குரு.

"மனிதர்களிடம் பேதம் பார்க்கக் கூடாது என்பது தானே ஜென் தத்துவம்? எனவே எனக்கு அனுமதி கொடுங்கள் குருவே" என்றான்.

"அப்படியா? சீடனே...! அவர்கள் உன்னை வரவேற்காமல் திட்டி அவமானப்படுத்தினால் என்ன செய்வாய்?" என்று கேட்டார் குரு.

"குருவே நிச்சயம் நான் மகிழ்ச்சியடைவேன். ஏனென்றால் அவர்கள் என்னை அடிக்கவில்லை. உதைக்கவில்லை. எனவ அந்த நல்லவர்களுக்கு நான் நன்றி சொல்வேன்..."

"சரியப்பா.... ஒரு வேளை அவர்கள் உன்னைத் திட்டாமல் அடித்து உதைத்தால் உன் நிலை என்னவாகும் என்பதை நினைத்தாயா?"

"எனக்கு எந்தக் கவலையும் இல்லை. ஏனென்றால் குருவே அவர்கள் மிகவும் நல்லவர்கள். என்னைக் கொன்று விடாமல் அடித்து உதைத்த தோடு மட்டும் நிறுத்திக் கொண்டார்களே என்று சந்தோஷப்படுவேன்"

"அது சரி... அவர்கள் ஆத்திரத்தில் உன்னைக் கொன்று விட்டால் என்ன செய்வாய்?"

"இந்த வாழ்க்கையிலிருந்து எனக்கு சீக்கிரமாகவே விடுதலை கொடுத்து விட்டார்கள் என்று நிச்சயமாக ஆனந்தம் கொள்வேன்" என்று அதற்கும் பதிலளித்தான் சீடன்.

சீடனின் பதில்களால் ஜென் குரு மிகவும் மகிழ்ச்சியடைந்தார். தனது சீடன் மிகவும் பக்குவப்பட்ட பரிபூரண நிலை அடைந்து விட்டான் என்பதை உணர்ந்து அவனை வாழ்த்தி அனுப்பினார்.

●

7. மனம் நிறைய அழுக்கு

ஒரு ஊரில் ஒரு ஆணவக்காரன். தனக்கு எல்லாம் தெரியும் என்று அளவுக்கு மீறிய நம்பிக்கை அவனுக்கு.

ஜென் துறவிகள் மீது அவனுக்கு நிறைய சந்தேகம். அவநம்பிக்கை. அவர்கள் பொய்யான தத்துவத்தைப் பரப்புகிறார்கள். மக்களை ஏமாற்றுகிறார்கள் என்று இவன் மனதுக்குள் ஒரு அழுத்தமான பிடிவாதம் இருந்தது.

ஒருநாள் அவன் சென்ற ஊரில் ஒரு ஜென் துறவியை இவன் சந்தித்தான். அவரைக் கண்டதும் முகத்தை இறுக்கமாக வைத்துக் கொண்டான். வணக்கம் கூட சொல்லவில்லை.

துறவி அதனைப் பொருட்படுத்தாது 'உட்கார் அருகில் உனக்கு என்ன வேண்டும்' என்று அன்புடன் கேட்டார்.

"எனக்கு எதுவும் வேண்டாம். நீ பெரிதும் நடிக்காதே. உன்னைப் பற்றி எனக்கு எல்லாம் தெரியும். எல்லோரையும் ஏமாற்றுவது போல என்னை உன்னால் ஏமாற்ற முடியாது" என்று படபடவென அவன் பேசினான்.

"சரி தம்பி நீ மிகுந்த கோபத்துடன் என் மீது இருப்பது புரிகிறது. உனக்கு என்ன வேண்டும் என்பதை மட்டும் கூறலாமே..." என்று கேட்டார் ஜென் துறவி.

"காரண காரியங்களை நிருபித்தால் மட்டுமே எதையும் நம்பும் பிடிவாத குணமுடையவன் நான். உன்னுடைய ஜென் தத்துவம் என்பது மிகப்பெரிய ஏமாற்று வேலை என்பதை நன்கறிந்தவன். அது இல்லை என்று உன்னால் எனக்கு உணர்த்த முடியுமா?" என்று பிடிவாதம் தளராமல் அவன் கேட்டான்.

தன்னுடைய பரம எதிரியிடம் ஆவேசமாக பேசுவதுபோல அந்த ஜென் துறவியைப் பார்த்து கை நீட்டி கோபத்துடன் பேசிக் கொண்டிருந்தான்.

"சரியப்பா. அமைதி, அமைதி, கோபமும், ஆவேசமும் மிக முக்கிய மாக பிடிவாதம் என்பதும் மிகவும் ஆபத்தானவை. நீ இப்போது என்னுடைய அன்புக்குரிய விருந்தினர். முதலில் உட்கார். நீ தேநீர் பருகிய பின் எது வேண்டுமானாலும் பேசலாம்...." என்று அந்த ஜென் துறவி பொறுமையாகக் கூறினார்.

"சரி" என்று அந்த பிடிவாதக்காரனும் துறவிக்கு முன்னால் அமர்ந்தான்.

ஜென் துறவி ஒரு குவளையை அவன் முன்பாக வைத்து தேநீரை ஊற்றினார். அந்தக் குவளை நிரம்பியது.

அதைப் பார்த்து விட்டு பதறியவனாய், "போதும் போதும் குவளை நிறைந்து விட்டது" என்றான் அவன்.

அவனது குரலைக் காதில் வாங்கிக் கொள்ளாமல் ஜென் துறவி தொடர்ந்து அந்தக் குவளையில் தேநீரை ஊற்றிக் கொண்டே இருந்தார்.

தேநீர் கீழே வழிந்து ஓடிக் கொண்டிருந்தது. இப்போது அந்த பிடிவாதக்காரனுக்கு கோபம் தலைக்கேறி விட்டது.

"ஓய்..! நான் காட்டுக் கத்தாகக் கத்துவது உன்னுடைய காதில் விழ வில்லையா? நிரம்பிய குவளையில் மேன் மேலும் ஊற்றும் தேநீர்

எப்படி குவளைக்குள்ளே போகும்? உனக்கு கொஞ்சமும் புத்தி இருப்பது போல தெரியவில்லையே. சரியான மூடனான உன்னை எப்படி இந்த ஊர் மக்கள் ஞானி என்று போற்றுகிறார்கள்?" என்று குமுறினான் அவன்.

அப்போது அந்த ஜென் துறவி அமைதியாக அவனைப் பார்த்துக் கூறினார்.

"தம்பி! இந்தக் குவளையில் தேநீர் நிரம்பி இருப்பது போலவே உன்னுடைய மனதில் பொய்யான எண்ணங்களும், பிடிவாத குணங்களும் நிரம்பி இருக்கிறது. அதைக் காலி செய்ய முயற்சித்துக் கொண்டிருக்கிறேன். அதனைக் காலி செய்யாதவரை ஜென் தத்துவம் என்றால் என்ன என்பதை உனக்கு என்னால் எப்படி புரிய வைக்க முடியும்?"

இதுனால் வரை பிடிபடாத ஒரு உண்மை சுறீலென தன் மூளைக்குள் சுட்டதைப் போல அந்த பிடிவாதக்காரன் உணர்ந்தான்.

ஜென் துறவி கூறியது போல தன்னுடைய மனதுக்குள் இருக்கும் அழுக்கை முதலில் அகற்றும் முயற்சிய மேற்கொள்ள வேண்டும் என எண்ணினான் அந்த பிடிவாதக்காரன். ஜென் துறவியை வணங்கி விட்டு அங்கிருந்து அகன்றான்.

●

8. கடவுளுக்கு உருவம் உண்டா?

ஜென் மடத்தை நிர்வகித்து வந்த துறவி முதுமையடைந்திருந்த நிலையில் தன்னுடைய இறுதிக்காலம் விரைவில் என்பதை உணர்ந்தார்.

ஒரு நாள் அந்த ஜென் துறவி தன்னுடைய பிரதான சீடர்கள் மூன்று பேர்களை அழைத்தார். அவர்கள் பணிவுடன் குருவின் கால் மாட்டில் மௌனமாக நின்று கொண்டிருந்தனர்.

"சீடர்களே! எனது இறுதிக்காலம் நெருங்கி விட்டதைப் போல நான் உணர்கிறேன். எனவே இந்த மடத்தின் நிர்வாகப் பொறுப்புகளி லிருந்து ஓய்வு பெறலாம் என எண்ணுகிறேன்" என்றார் குரு.

சீடர்களுக்கு அவர் அப்படி கூறியது மனதை வருந்தச் செய்தது. எனவே அவர்கள் தொடர்ந்து மௌனம் காத்தனர்.

"உங்கள் அனைவருக்கும் எல்லாவற்றையும் நான் கற்றுக் கொடுத்து விட்ட மனத் திருப்தி எனக்கு இருக்கிறது. ஆனாலும் ஏட்டுச் சுரக்காய் கறிக்கு உதவாது என்பார்கள். தர்க்க அறிவு வேறு, அனுபவ அறிவு என்பது வேறு.

நீங்கள் அனைவரும் இறை உணர்வு பெற வேண்டும் என்பது என் எண்ணமாக உள்ளது. ஆகையால் நீங்கள் மூவரும் தனித்தனியாக பல்வேறு திசைகளுக்கும் ஓராண்டு பிரயாணம் செய்து விட்டு திரும்புங்கள். உங்களுக்குள் அப்போது ஏற்பட்ட மெய்ஞ்ஞான அனுபவத்தை என்னிடம் கூறுங்கள்...." என்றார் ஜென் குரு.

"அப்படியே ஆகட்டும் குருவே" என்று அவரிடம் விடைபெற்று மூவரும் வெவ்வேறு திசைகளில் பிரிந்து சென்றனர்.

நாடெங்கும் பயணம் செய்த அவர்களுக்கு பலதரப்பட்ட அனுபவங்கள் கிட்டியது. பல தரப்பட்ட மக்கள் பல தரப்பட்ட சம்பவங்களையெல்லாம் அவர்கள் எதிர்கொண்டனர்.

ஒரு வருடத்திற்குப் பின் மூவரும் மடத்துக்கு திரும்பி வந்து குருவைச் சந்தித்தனர்.

அவர்களுள் முதலாவது சீடன், 'குருவே நான் இறைவனைப் பார்த்து விட்டேன். அவருக்கு உருவம் என்பதெல்லாம் கிடையாது. எல்லா இடத்திலும் இறைவன் வியாபித்து இருக்கிறான்' என்றான்.

இரண்டாவது சீடன், "குருவே! கடவுளுக்கு நிச்சயம் உருவம் இருக்கிறது. அவர் ஒளிவடிவமாக காணப்படுகிறார். ஆனால் அவரை மனக்கண்ணால் மட்டுமே காணமுடியும். புறக்கண்ணால் பார்க்க இயலாது. உள்ளம் உருகிப் பிராத்தனை செய்பவரிடம் அவர் ஓடோடி வருவார்" என்றான்.

மூன்றாவது சீடன் குருவிடம் தயங்கித் தயங்கியபடி, 'குருவே! இந்த இறைத் தத்துவம் எனக்குப் புரியவில்லை. ஒரே குழப்பமாக இருக்கிறது. திட்டவட்டமாக இதுதான் இறைவன் என்று யூகிக்கவோ முடிவு கட்டவோ என் அறிவு எனக்கு இடம் கொடுக்கவில்லை' என்றான்.

அவன் கூறியதைக் கேட்ட ஜென்குரு மென்மையாக புன்னகைத்தார். 'நீ கூறுவது தான் உண்மை. நிச்சயமாக தெரியாத ஒன்றை தெரியாது என்று கூறுவது தான் சரி. பொய்யாக கற்பனையாக கூறுவது போலித்தனத்தைத் தான் காட்டும்' என்று கூறினார் குரு.

9. பூட்டை திறப்பவருக்கு தலைமைப் பதவி

"**வா**ழ்க்கை நெடுகிலும் பிரச்சனைகள் உள்ளன. ஆனாலும் அந்தப் பிரச்சனைகளுக்கான தீர்வை கண்டறிய வேண்டியது மிக அவசியம். பிரச்சனையை புரிந்து கொள்ள முயற்சிப்பது பாதி தீர்வு உங்களுக்கு கிடைத்ததற்கு சமம். பிறகென்ன அதனை நீங்கள் தைரியமாக எதிர்கொண்டால் மீதி தீர்வு கிடைத்துவிடும்."

தன்னுடைய ஆசிரமத்திலிருந்த நான்கு சீடர்களுக்கும் ஜென் துறவி அன்றைக்கு அந்த விளக்கத்தைக் கூறினார்.

தன்னுடைய உபதேசங்களை சரியாக உள்வாங்கி செயல்படுத்தக் கூடிய சீடனை, அந்த நால்வருக்குள் தலைமைச் சீடனாக்க விரும்பி னார் ஜென்துறவி.

"சீடர்களே! நமது ஆசிரமத்துக்கு ஒரு தலைமைச் சீடனை நியமிக்க லாம் என நான் ஆசைப்படுகிறேன். என்ன சரிதானே?" என்று அவர்களைப் பார்த்து கேட்டார்.

தலைமைச் சீடனாகும் ஆசை அந்த நால்வருக்குள்ளுமே இருந்தது. 'அப்படியே செய்யுங்கள் குருவே' என்று அவர்கள் நால்வரும்

வேகமாக தலையாட்டியதிலிருந்தே அது புரிந்தது.

"என்னிடம் ஒரு மிக அதிசயமான பூட்டு இருக்கிறது. கணித விதிப்படி செய்யப்பட்ட அந்தப் பூட்டை விரைந்து திறப்பவருக்கு அந்த தலைமைப் பதவியை தரலாம் என்று முடிவு செய்திருக்கிறேன். நாளை காலையில் நால்வரும் தயாராக வந்து விடுங்கள்" என்று கூறி விட்டுப் போனார் துறவி.

தலைமைச் சீடனாகும் ஆசை பற்றிக் கொண்ட நால்வரும் குருவிடத்தில் இருக்கும் அந்த அதிசய பூட்டு பற்றி ஏதேனும் தகவல் கிடைக்குமா என்று பூட்டு சம்பந்தமான ஓலைச் சுவடிகள் எல்லாம் தேடிப் பிடித்தனர்.

இரவு முழுவதும் அது தொடர்பான பயனுள்ள தகவல் கிடைக்காததால் ஒரு சீடன் உறங்கப் போய்விட்டான். மற்ற மூவரும் மிகுந்த பதட்டத்தோடு இரவுப் பொழுதைக் கழித்தனர்.

மறுநாள் அதிகாலையில் ஜென்துறவி அந்த அதிசயப் பூட்டைக் கொண்டு வந்து திண்ணையில் வைத்தார்.

ஆசிரமத்திலிருந்த நான்கு சீடர்களும் அந்த பூட்டைப் பார்த்ததுமே பயந்து போய் விட்டனர்.

ஆனால் உறங்கச் சென்ற சீடன் மட்டும் அந்த அதிசயப் பூட்டுக்கு அருகே சென்று கூர்ந்து பார்த்தான். அப்போது தான் அவன் பார்த்தான். அந்தப் பூட்டு பூட்டப்படவே இல்லை என்பதை அறிந்தான்.

அந்த ஆச்சர்யத்தோடு ஜென் துறவியிடம் அந்தப் பூட்டை சுலபமாகத் திறந்து காட்டினான் அவன்.

ஜென் துறவி அவனைப் பார்த்து மென்மையாகப் புன்னகைத்து தலைமை சீடனாக்கினார்.

●

10. எங்கும் இருக்கும் இறைவன்!

ஜென் துறவியின் அந்த மடம் மிகவும் புராதனமானதும் சிறப்பு மிக்கதுமான ஒரு மடம்.

அந்த மடத்தின் நிர்வாகத்தை இது நாள்வரை செய்து வந்து துறவிக்கு முதுமைக்காலம் வந்து விட்டது.

உயரிய சிறப்புக்கள் கொண்ட இந்த மடத்தின் மேன்மைக்கு பங்கம் வராத வகையில் இதனை எதிர்காலத்தில் நிர்வகிக்க ஒரு தகுதிமிக்க சீடனை தேர்ந்தெடுக்க வேண்டும் என்று சமீப காலமாகவே துறவிக்கு ஒரு கவலை இருந்து வந்தது.

தனக்குப் பின்னர் யார் இந்த பதவிக்கு பொருத்தமாக இருப்பார் என்று யோசித்தார்.

தகுதிமிக்க மூன்று சீடர்களை முதலில் தேர்ந்தெடுத்து அவர்களை அழைத்தார் ஜென் துறவி.

"வாருங்கள் சீடர்களே! என்னுடைய காலத்திற்குப் பிறகு இந்த மடத்தை நிர்வகிக்க உங்களில் யாருக்கு தகுதி இருக்கிறது என்பதை சோதிக்க விரும்புகிறேன். இந்தாருங்கள் ஆளுக்கு ஒரு வாழைப் பழம். இதை யாருக்கும் தெரியாமல் யாரும் பார்க்காத இடத்தில்

சாப்பிட்டு விட்டு வாருங்கள்..." என்று துறவி அவர்கள் மூவருக்கும் தலை ஒரு வாழைப்பழத்தைக் கொடுத்தார்.

முதல் சீடன் அந்தப் பழத்தை எடுத்துக் கொண்டு ஒரு பாழடைந்த கிணற்றுக்குள் இறங்கினான். யாரும் பார்க்காத இடம் இதுதான் என்று முடிவு செய்து அங்கே அமர்ந்து வாழைப்பழத்தை சாப்பிட்டு விட்டு திரும்பினான்.

இரண்டாவது சீடன், ஒரு பாலத்தின் அடியில் புதர் மண்டியிருந்த இடத்திற்குச் சென்றான். சுற்று முற்றும் பார்த்தான். யாராலும் இங்கே நம்மைப் பார்க்க முடியாது என்று எண்ணியபடி வாழைப் பழத்தை சாப்பிட்டு விட்டு திரும்பினான்.

மூன்றாவது சீடன் தன்னுடைய ஜென்குரு கொடுத்த வாழைப் **பழத்தை உண்ணவே இல்லை.**

மூன்று பேர்களும் குருவைச் சென்று சந்தித்தனர்.

முதல் சீடன் தான் பாழுங்கிணற்றில் யாருக்கும் தெரியாது வாழைப்பழத்தைச் சாப்பிட்டதைக் கூறினான்.

இரண்டாவது சீடன் தான் வாழைப்பழத்தை புதர்காட்டில் உண்டதை எவராலும் பார்க்கவே முடியாது என்று பெருமையோடு கூறினான்.

மூன்றாவது சீடன் தன் கையிலிருந்த வாழைப்பழத்தை குருவிடம் கொடுத்தான்.

"ஏனப்பா நீ வாழைப்பழத்தைச் சாப்பிடவில்லையா? ஏன் திரும்பிக் கொடுத்தாய்?" என்று ஆச்சரியத்தோடு குரு கேட்டார்.

"குருவே! எல்லாம் வல்ல இறைவன் இந்த பிரபஞ்சமெங்கும் காட்சியளிக்கிறான். அவன் அறியாது இங்கு எதுவுமே நடக்காது. அவனுடைய கண்ணை மறைத்துவிட்டு நான் எங்கே எப்படி இந்த வாழைப்பழத்தை உண்ண முடியும்?" என்று கேட்டான் மூன்றாவது சீடன்.

குரு மென்மையாக புன்னகைத்தார். "எங்கும் இருக்கும் இறைவனை அறிந்தவன்தான் சிறந்த ஆன்மீகவாதி. நீதான் இந்த மடத்தை நிர்வகிக்க தகுதியுடைய சீடன்" என்று மெச்சினார் குரு.

11. மழை வருமா?

அந்தக் கிராமத்தில் எந்த ஆண்டும் இல்லாத அளவுக்கு கடும் வறட்சியும் பஞ்சமும் ஏற்பட்டிருந்தது.

மனிதர்களுக்கு கால் வயிற்றுக்குக் கூட கஞ்சிக்கு வழியில்லை. கால்நடைகள் குடிக்க நீரின்றி செத்து மடிந்தன.

என்ன செய்வது என தெரியாது கண்கலங்கி புலம்பிக் கொண்டிருந்த அந்தக் கிராமத்து மக்கள் பக்கத்து ஊரில் இருந்த ஜென் துறவியை போய் பார்த்து தங்கள் துயரங்களை பட்டியலிட்டனர்.

அவர்கள் மாறி மாறி எல்லோரும் சொல்வதை கவனமாகவும், பொறுமையாகவும் அந்த துறவி கேட்டுக் கொண்டிருந்தார்.

"மழையும் மகப்பேறும் ஆண்டவனுக்கே வெளிச்சம். மழையைப் பொழியும் சக்தி அந்த பரமாத்மாவிடம் தான் உள்ளது. அவன் மீது முழு நம்பிக்கை வைத்து பிராத்தனை செய்தால் மழை கண்டிப்பாக வரும். நான் சொல்வதில் உங்களுக்கு நம்பிக்கை இருக்கிறதல்லவா? எல்லோரும் நாளைக்கு இங்கே வாருங்கள்" என்று ஜென் துறவி கூறியபடி அவர்களை அனுப்பி வைத்தார்.

மறுநாள் அந்த கிராமத்து மக்கள் எல்லோரும் வந்திருந்தனர்.

துறவியைப் பார்த்து, 'சாமி! பிரார்த்தனையை எப்போது ஆரம்பிக்கலாம்?' என்று அவர்கள் கேட்டனர்.

அதற்கு அந்தத் துறவி, 'மக்களே! உங்களுடைய பிரார்த்தனை வெற்றி பெற முதலில் நம்பிக்கை வேண்டும். ஆனால் அது உங்களிடம் சிறிதும் இல்லையே!' என்றார்.

"சாமி! நாங்கள் நம்பிக்கை இல்லா விட்டால் இந்த விடிகாலைப் பொழுதில் உங்களைத் தேடி வருவோமா? நம்பிக்கை நிறைய இருக்கிறது உங்கள் மீது..." என்றனர்.

"அப்படியா? என் வார்த்தையினை அப்படியே நம்பியிருந்தால் மழை வரும் என்று நீங்கள் நம்பியிருப்பீர்கள் அல்லவா? அப்படியானால் எல்லோரும் குடையுடன் அல்லவா இங்கு வந்திருப்பீர்கள்? ஆனால் உங்களில் யாரிடத்திலும் குடை இல்லையே?"

ஜென் துறவி கூறியது சரிதான் என்ற குற்ற உணர்ச்சி இப்போது அவர்களுக்குள் ஏற்பட்டது.

●

12. மேலுலகம் வரும் போது கொடுங்கள்!

சுற்று வட்டாரத்து பணக்காரர்களுக்கெல்லாம் பெரிய பணக்காரர் என்ற கர்வத்துடன் ஒரு பணக்காரர் அந்த ஊரில் இருந்தார்.

கட்டி கட்டியாக தங்கம் ஒரு அறை முழுக்க அவரது மாளிகையில் இருப்பதை எல்லோருக்கும் காட்டி அந்த பணக்காரர் பெருமை யடைவது வழக்கம்.

அன்றைக்கு அந்த ஊருக்கு புகழ்பெற்ற ஒரு ஜென்துறவி வந்திருந் தார். ஊர் மக்கள் எல்லாம் கூட்டம் கூட்டமாக சென்று அவரை தரிசித்து வந்தனர்.

ஊருக்கு செல்வாக்கு பெற்ற யார் வந்தாலும் அவர்களை அழைத்து விருந்து கொடுப்பதை தன்னுடைய கௌரவமாக கொண்டிருந்தார் அந்த பணக்காரர். அந்த வகையில் அந்த ஜென் குருவையும் தன்னுடைய வீட்டுக்கு விருந்துக்கு அழைத்திருந்தார் அவர்.

ஜென் குருவும் அந்த பணக்காரரின் அழைப்பையேற்று விருந்துக்கு வந்திருந்தார்.

விருந்தெல்லாம் ஒரு வகையாக முடிந்தது. இப்போது வழக்கம் போல தம்முடைய பணக்கார அகங்காரத்தை ஜென்குருவிடம் வெளிப்படுத்த ஆரம்பித்தார்.

"ஜென் குருவே! நீங்கள் ஞானத்துக்கு அதிபதி என்று இந்த ஊரார் போற்றுகிறார்கள். என்னை மிஞ்சிய பணக்காரர் எவரும் இந்தப் பகுதியில் இல்லை. வற்றாத செல்வத்துக்கு நான் அதிபதி. உங்க ளுக்கு என்ன வேண்டும் என்று கூறுங்கள். நூறு தலைமுறைக்கும் உங்களுக்கு என்னால் செல்வம் கொடுக்க முடியும். கேளுங்கள் என்ன வேண்டும்?" என்றார் பணக்காரர்.

ஜென்குரு அந்தப் பணக்காரரை நிமிர்ந்து பார்த்தார். "உங்களது அன்பு என்னை மெய்சிலிர்க்க வைக்கிறது. நீங்கள் வற்புறுத்திக் கேட் பதால் நான் கூறுகிறேன். எனக்கு நீங்கள் ஒரு சின்ன உதவி மட்டும் செய்ய வேண்டும்" என்றார்.

"கூறுங்கள் குருவே உடனே செய்கிறேன்" என்றார் பணக்காரர்.

அந்தப் பணக்காரரிடம் ஒரு சிறிய ஊசியை கொடுத்த ஜென்குரு, 'அய்யா, இந்த ஊசியை பத்திரமாக வைத்திருந்து, நாம் இருவரும் இறந்த பின்பு, இன்னொரு உலகத்தில் சந்திக்கும் போது இதனை என்னிடம் கொடுங்கள். அதுதான் நீங்கள் செய்ய வேண்டிய உதவி' என்றார்.

"ஜென்குருவே நீங்கள் கூறுவது ஏற்றுக் கொள்ளும்படியாக இல்லையே? நான் இறந்த பின்பு இந்த ஊசியை இன்னொரு உலகத்துக்கு எப்படி எடுத்து வரமுடியும்? அது சாத்தியமே இல்லையே...." என்றார் பணக்காரர்.

"இப்போது புரிகிறதா அய்யா? இந்த உலகத்தை விட்டுப் போகும் போது நம்மால் ஒரு சிறிய பொருளைக் கூட எடுத்துச் செல்ல முடியாது எனும் போது உங்கள் செல்வத்தையெல்லாம் எப்படி அங்கே எப்படி எடுத்துக் கொண்டு வரப் போகிறீர்கள்?" என்று கேட்டார்.

உடலை விட்டு உயிர் பிரிந்து விட்டால் எந்தச் செல்வமும் கூட வராது என்ற உண்மை, பணக்காரரின் செருக்கை அடக்கியது.

13. உன்னை நம்பு

ஜென் துறவியின் மடம் அன்று பக்தர்கள் கூட்டம் நிரம்பி வழிந்து கொண்டிருந்தது. அன்று பௌர்ணமி தினமாதலால் துறவியிடம் ஆசீர்வாதம் பெற பல ஊர்களிலிருந்து சென்று கொண்டிருந்தனர்.

துறவியிடம் ஆசீர்வாதம் பெற வருபவர்கள் தங்கள் அன்பை வெளிப்படுத்தும் முகமாய் துறவிக்கு பழங்களை காணிக்கையாக வைத்து விட்டுச் சென்றார்.

காணிக்கையாக கொடுத்த பழங்கள் ஏராளமாக குவிந்து கிடப்பதைப் பார்த்த துறவி சீடர்களில் ஒருவனைக் கூப்பிட்டு, அந்தப் பழங்களை எல்லோருக்கும் விநியோகிக்கும்படி கூறினார்.

சீடனுக்கோ பழத்தை யாரிடம் முதலில் தர வேண்டும் என்பதில் சந்தேகம் உண்டானது. உடனே குருவிடம் அது பற்றிக் கேட்டான்.

"உனக்கு யார் மீது அதிக நம்பிக்கை இருக்கிறதோ, யார் மிகவும் உண்மையானவர் என்று எண்ணுகிறாயோ அவருக்கு முதல் பழத்தைக் கொடு" என்றார் குரு.

அந்த சீடன், தன் குருவுக்குத் தான் பழத்தை முதன் முதலில் கொடுப்பான் என்று எல்லோரும் நம்பினார்கள். எதிர்பார்த்தார்கள்.

ஆனால் அந்த சீடனோ முதலில் கையில் எடுத்த பழத்தை தானே சாப்பிட்டான். அவன் இத்தகைய காரியத்தை செய்வான் என்று யாருமே எதிர்பார்க்கவில்லை.

அங்கிருந்த எல்லோருக்குமே அவனது செயல் கோபத்தை ஏற்படுத்தி விட்டது.

"நீ செய்த காரியம் உனக்கே ஏற்புடையதாக இருக்கிறதா? எல்லோருக்கும் முன்பாக குருவை அவமதிப்பது போல இப்படி செய்து விட்டாயே... மாபெரும் தவறு செய்து இருக்கிறாய். உடனே மன்னிப்பு கேள்..." என்று எல்லோரும் அந்தச் சீடனை அடிக்காத குறையாக ஏசினர்.

"பொறுங்கள். அந்த சீடன் தவறேதும் செய்யவில்லை. நீங்கள் தான் இப்போது தவறு செய்ய முனைகிறீர்கள்.

உண்மையும், நம்பிக்கையும்தான் ஒருவனை நேர்வழிப்படுத்தும் கிரியா ஊக்கிகள்.

மற்றவர்களை நம்புவதற்கு முன் ஒருவன் தன்னை நம்ப வேண்டும். இவன் தன்னை நம்புகிறான் குரு அந்தச் சீடனை மகிழ்ச்சியுடன் ஆசீர்வதித்தார்."

●

14. அழியாத பொருளுண்டோ உலகில்?

ஜென் குருவின் மடத்தில் இருந்த பிரதம சீடன் சிறந்த அறிவு படைத்தவன் என்பது எல்லோரும் அறிந்த ஒன்று.

அதன் காரணமாகவே ஜென்குரு அவன் மீது மிகுந்த அன்பு கொண்டிருந்தார்.

அந்த மடத்திலிருந்த மற்ற சீடர்களுக்கு இதன் காரணமாக அவன் மீது பொறாமை இருப்பதும் குருவுக்குத் தெரியும்.

பிரதம சீடன் மீது பொறாமை கொண்டிருந்த இரண்டு சீடர்களில் இரண்டாவது சீடன் குருவிடம் நல்ல பெயர் வாங்க வேண்டும் என்பதற்காக அவ்வப்போது எதையாவது செய்வான்.

ஆனால் அந்தச் செயல் குருவுக்கு பிடிக்காமல் போய் விடும். அதனைத் தொடர்ந்து அந்த சீடன் செய்யும் செயல் யாவும் மூடத்தனமாகவே குரு எண்ணினார்.

நந்தவனத்தில் இருக்கும் பூக்களைப் பார்வையிடுவதற்கு ஜென்குரு சென்றிருந்த சமயத்தில் குருவின் அறையை சுத்தம் செய்திட எண்ணினான் அந்த சீடன்.

ஜென் குரு மிகவும் நேசித்து பாதுகாப்பாக வைத்திருந்த ஒரு மண் பொம்மை அவன் சுத்தம் செய்யும்போது கை தவறி கீழே விழுந்து உடைந்து விட்டது.

அவ்வளவுதான். அந்த சீடன் பயத்தில் நடுநடுங்கி விட்டான். தன்னுடைய செயல்கள் யாவும் அறிவீனமாக இருப்பதாக எப்போதும் குறை சொல்லும் குருவுக்கு இது தெரிந்தால் நிச்சயம் திட்டு விழும் என்று அஞ்சினான்.

என்ன செய்யலாம் என யோசித்த போது குருவிடம் செல்வாக்கு பெற்றிருந்த பிரதம சீடனிடம் போய் நடந்ததைக் கூறி தன்னைக் காப்பாற்றும் படி வேண்டலாம் என முடிவு செய்தான்.

அவன் கூறிய அனைத்தையும் பொறுமையாகக் கேட்ட அந்த பிரதம சீடன் நேராக குருவிடம் சென்றான்.

குரு நந்தவனத்திலிருந்த பூக்களை ரசித்தபடி சுற்றிச் சுற்றி நடந்து வந்து கொண்டிருந்தார்.

'குருவே! உங்களைத் தொந்தரவு செய்வதற்கு மன்னிக்கவும். எனக்குள் ஒரு சந்தேகம் நீண்ட நாட்களாக இருந்து வருகிறது குருவே?' என்றான் அவன்.

"அப்படி என்ன சந்தேகம்? தாராளமாக கேள்" என்றார் குரு.

"குருவே! இந்தப் பூவுலகில் உருவான அனைத்து பொருள்களுக்கும் அல்லது அனைத்து உயிர்களுக்கும் அழிவு என்ற ஒன்று உண்டு தானே..?" என்று கேட்டான்.

"நிச்சயமாக எல்லாம் ஒரு நாள் அழிந்து தான் போகும்" என்றார் குரு.

உடனே அந்த பிரதம சீடன், 'குருவே! நீங்கள் கூறுவது உண்மை தான். நீங்கள் இத்தனை நாள் நேசித்து காப்பாற்றி வந்த உங்களது அந்த மண் பொம்மைக்கும் இன்று அழிவு வந்து விட்டது' என்றான்.

ஜென்குரு உடனே அந்த பிரதம சீடனை நிமிர்ந்து பார்த்தார்.

தூரத்தில் ஒரு மரத்தின் பின்னால் இரண்டாம் சீடன் மறைந்து

நிற்பதையும் பார்த்தார். அவருக்கு எல்லாம் புரிந்து விட்டது.

"இந்த மடத்தின் பிரதான சீடனாக உன்னை நியமித்ததில் நான் பெருமைப்படுகிறேன். உன்னுடைய அறிவு மற்றவர்களுக்காக பயன்படுத்தப்படும் போது அது உயர்வான அறிவாக மிளர்கிறது. இந்த அறிவு உன்னை தலைமைப் பொறுப்புக்கு இட்டுச் செல்லும்" என்று அந்தச் சீடனை வாழ்த்தினார் குரு.

●

15. அன்பு பூக்கச் செய்யும்!

அந்தக் கணவனுக்கும் மனைவிக்கும் இடையே வழக்கம் போல வாய்ச் சண்டை மூண்டு விட்டது. கணவனை சிறிதும் மதிக்காமல் ஒரேயடியாக அவனது மனைவி கூப்பாடு போட்டாள்.

அக்கம் பக்கத்து வீட்டில் உள்ளவர்கள் அந்தக் காலை நேரத்தில் அங்கே கூடிவிட்டனர்.

அவர்களுக்கு தினமும் இது ஒரு வாடிக்கையான நிகழ்வு.

கணவனும் மனைவியும் யாரையும் அலட்சியம் செய்யாமல் சண்டை போட்டுக் கொண்டிருப்பதைப் பார்த்து விட்டு, பக்கத்து வீட்டுப் பெண்மணி அவர்களின் சண்டையை நிறுத்த முயற்சி செய்தாள்.

"ஏன் இப்படி தினம் உன் புருசனை கேவலமாக திட்டியபடி ஊர் கூடும்படி சண்டை செய்கிறாய்? இனிமேல் நாங்கள் யாரும் உங்கள் சண்டையை வந்து தீர்த்து வைக்க மாட்டோம். நாங்கள் எல்லோரும் களைத்துப் போய்விட்டோம். நம்முடைய ஊருக்கு ஜென் துறவி ஒருவர் வந்திருக்கிறார். நீ போய் உன்னுடைய

குறையை அவரிடம் கூறு நியாயம் கிடைக்கும்" என்று அவள் கூறிவிட்டு கிளம்பி விட்டாள். அவளுடனேயே மற்றவர்களும் திட்டிக் கொண்டே சென்று விட்டனர்.

இப்போது கணவன் தன் மனைவியைப் பார்த்து, 'நீ என்னைப் பற்றி குறை கூற உனக்கு ஒரு புதிய மனிதர் கிடைத்திருக்கிறார். போ போ....' என்றான்.

அவனுடைய மனைவி ஜென் துறவி இருக்கும் இடம் நோக்கிச் சென்றாள்.

ஜென் துறவி அவளைப் பார்த்ததும் 'வா மகளே! உனக்கு என்ன வேண்டும்? என்ன பிரச்சனை?' என்று கேட்டார்.

"எனக்கு திருமணம் ஆகி பத்து ஆண்டுகள் ஆகின்றன. வாழ்க்கையே நரகமாகிவிட்டது. என்னுடைய கணவரோடு இனியும் என்னால் சேர்ந்து வாழ முடியாது. நீங்கள் தான் ஏதேனும் நல்வழி கூற வேண்டும்" என்றாள் அவள்.

"வா மகளே! என் தோட்டத்தை வந்து பார். அங்கே போய் பேசிக் கொள்ளலாம்" என்று தோட்டத்திற்கு அழைத்துச் சென்றார்.

அவருடைய தோட்டத்தில் ஏராளமான பூச்செடிகள் இருந்தன. அழகான ரோஜாச் செடி ஒன்று பூத்திருப்பதைக் கண்டு மகிழ்ந்தாள் அவள்.

"மகளே என்ன அப்படிப் பார்க்கிறாய்? அந்த ரோஜாச் செடி உனக்கு மிகவும் பிடித்திருக்கிறதா?" என்று கேட்டார்.

அவள் 'ஆம்' என்று தலையாட்டினாள். "இதை உன்னிடம் தந்தால் என்ன செய்வாய் நீ?" என்று கேட்டார் ஜென் துறவி.

"அய்யா! நாள்தோறும் இந்தச் செடிக்கு தண்ணீர் ஊற்றுவேன். மாதத்திற்கு ஒருமுறை பழைய மண்ணை நீக்கிவிட்டு புது மண் போடுவேன்."

"ம்... பிறகு?" என்று அவளது விரிந்த புருவங்களைப் பார்த்துக் கேட்டார்.

"அடிக்கடி உரமிடுவேன். வெயில் படுகின்ற இடத்தில் இந்த பூந்தொட்டியை வைப்பேன். மிக கவனமாகப் பராமரிப்பேன்" என்றாள் அவள்.

"அப்படியா மகளே! ரொம்பவும் மகிழ்ச்சி. ஆனால் ஒன்று கேட்கட்டுமா உன்னிடம்? இந்த பூச்செடியிடம் நீ காட்டும் அன்பில் சிறிதளவேனும் உன் கணவன் விசயத்தில் என்றாவது நீ காட்டிய துண்டா?" என்று கேட்டார் ஜென் துறவி.

சுருக்கென ஏதோ ஒரு புரிதல் அவளுக்குள் ஏற்பட்டது. உடனே அவள் தலைகுனிந்து கொண்டாள்.

"மகளே! உன்னுடைய கணவன் எவ்வளவுதான் கொடியவனாக இருந்தாலும் நீ மட்டும் அவனிடத்தில் அன்பு காட்டியிருந்தால் நிச்சயம் பதிலுக்கு அவனும் அன்பு பாராட்டியிருப்பான்.

ஆம் மகளே! அன்பின் தன்மை அத்தனை மகத்துவமானது. நாம் பிறரிடம் காட்டும் அன்பு ஒரு போதும் வீண் போகாது. இனி மேலாவது நீ உன்னுடைய கணவன் விசயத்தில் அன்பு காட்ட வேண்டும். முயற்சி செய்து பார். நிச்சயம் உன் குடும்ப வாழ்க்கை மகிழ்ச்சியாக மாறும்..." என்று ஜென்துறவி கூறியபோது அவளுக்கு மனம் லேசானது போல உணர்ந்தாள்.

16. மண்ணை நேசித்தால் மலரும் பூக்கள்!

வாழ்க்கையைப் பற்றிய பரிபூரண ஞானத்தை கற்கும் ஆசையோடு இரண்டு பேர் அந்த ஜென்துறவி முன்பாக வந்து நின்றனர்.

"என்னிடம் நீங்கள் இருவரும் சீடர்களாவதற்கு முன் அதற்குரிய தகுதி உங்களிடம் உள்ளதா என்பதை நான் அறிய ஆசைப்படு கிறேன். உங்களுக்கு ஒரு பரீட்சை வைக்கிறேன். உங்களுக்கு அதில் சம்மதமா?" என்று கேட்டார் குரு.

"சம்மதம் குருவே" என்று இருவரும் பணிவாகக் கூறினர்.

"உங்கள் இருவருக்கும் ஆளுக்கு ஒரு விதை தருகிறேன். அதைச் செடியாக்கி ஆறு மாதங்களுக்குப் பின் பூக்கும் பூக்களை நீங்கள் என்னிடம் கொண்டு வந்து தர வேண்டும்" என்று கூறி அவர்களிடம் ஆளுக்கு விதையைக் கொடுத்து அனுப்பினார்.

ஆறு மாதங்களுக்கு பின்பு அவர்கள் இருவரும் ஜென் குருவைத் தேடி வந்தனர்.

அவர்களில் ஒரு சீடன் "குருவே நீங்கள் கொடுத்த விதையில் பூத்த பூக்கள் இவை" என்று இரண்டு பூக்களை கொடுத்தான்.

"இரண்டு பூக்கள்தானா அந்தச் செடியில் பூத்தது?" என்று குரு கேட்டார்.

"ஆம் குருவே. நீங்கள் கொடுத்த விதை தரமான விதையாக இல்லை. மேலும் பயிர் செய்த மண்ணிலும் வளம் இல்லை. செடிக்கு ஊற்றிய தண்ணீரும் சத்து மிகுந்ததாக இல்லை. அதனால்தான் இந்த இரண்டு பூக்கள் மட்டுமே பூத்திருந்தது" என்று விரக்தியோடு அவன் கூறினான்.

ஜென் குரு அடுத்த சீடனைத் திரும்பிப் பார்த்தார். அவன் கை நிறைய மலர்ந்த பூக்கள் இருந்தன.

"உன்னுடைய செடியில் மட்டும் எப்படியப்பா இத்தனை பூக்கள் மலர்ந்தன?" என்று வியப்போடு கேட்டார் குரு.

"ஒரு செடியை அதுவும் ஒரு மலர்ச் செடியை உருவாக்க வேண்டும் என்பது என் உள்ளத்திலிருந்த ஒரு ஆசை குருவே. அதனால்தான் நீங்கள் அந்த பூச்செடி விதையைக் கொடுத்ததும் நெஞ்சார குதூகலித்தேன்.

பூச்செடியை உருவாக்கும் மண்ணை தாயின் மடிபோல் எண்ணி நேசித்தேன். குழந்தைக்கு பாலூட்டுவது போல எண்ணி தண்ணீரை அன்போடு செடிக்கு ஊற்றினேன். என் பேரன்பை மதித்து அதன் பரிசாக பூத்துக் குலுங்கியதாகவே எண்ணுகிறேன்" என்றான் இரண்டாமவன்.

"சீடர்களே! இந்த உலகில் உயிருள்ளவற்றையும், உயிரற்ற அனைத்தையும் நேசிக்கும் நெஞ்சம் நமக்கு முதலில் வேண்டும். நமக்கு எது கிடைத்ததோ அதனை நெஞ்சார நேசிக்கக் கற்றுக் கொள்ளுங்கள். இதுவே வாழ்க்கை ஞானம்..." என்று கூறினார் ஜென் துறவி.

17. ஒருவாரம் சிறையிலிருப்பாய்!

ஜென் குருவைக் காண சாரை சாரையாக மக்கள் வந்த வண்ணமிருந்தனர்.

அப்போது அந்த ஜென்குரு தன்னைக் காண வந்த ஒருவனை தனியாக அழைத்தார்.

'தம்பி! நீ ஒரு வாரம் சிறைவாசம் அனுபவிக்க வேண்டி வரும்' என்று அவன் காதுக்கருகில் மெல்லக் கூறினார்.

அதனைக் கேட்டுத் திடுக்கிட்டுப் போனான் அவன். கடந்த காலத்தில் அவன் எத்தனையோ குற்றங்கள் செய்திருக்கிறான். அதனால் அவன் மிகவும் குழம்பினான். எந்த குற்றத்துக்கு தான் தண்டிக்கப்படப் போகிறோம் என்று மனதில் பட்டியலிட்டான்.

காவலர்கள் எப்போது அந்தக் குற்றத்திற்கான தண்டனையாக தன்னைக் கைது செய்து சிறையில் அடைக்கப் போகிறார்கள் என்று பயந்து நடு நடுங்கினான்.

வீட்டைப் பூட்டிக் கொண்டு யாருக்கும் தெரியாமல் வீட்டுக் குள்ளேயே அடைந்து கிடந்தான்.

மனம் மிகவும் பேதலித்தது. இனிமேல் இது போன்ற குற்றங் களை தன் வாழ்நாளில் செய்ய மாட்டேன் என்று புலம்பியபடியே இருந்தவன், இறைவனை நோக்கி மன்னிப்பு கோரி பிரார்த்தனை செய்தான்.

ஒருவாரம் இப்படியே ஓடி விட்டது. ஆனால் ஜென்துறவி கூறியது போல ஏதும் நடக்கவில்லையே என்று அவனுக்குள் மெல்ல ஒரு கேள்வி எழுந்தது.

மறுபடியும் ஒரு நாள் ஜென்குருவிடம் ஓடி வந்தான் அவன்.

"குருவே! நீங்கள் கூறியது அனைத்தும் பொய். நான் ஒரு வாரம் சிறை வாசம் அனுபவிக்க வேண்டி வரும் என்று கூறினீர்களே" என்று கேட்டான்.

"ஆம். நான் சொன்னது போல ஒரு வாரம் சிறைவாசம் அனுபவித்து விட்டு தானே என்னிடம் இப்போது வந்திருக்கிறாய்?" என்று மெல்ல சிரித்தார்.

"இல்லை குருவே நான் ஒரு வாரமாக வீட்டிலேயே தான் அடைந்து கிடந்தேன்" என்றான்.

"ஆம். சிறையில் அடைபட்டுக் கிடப்பது போல நீ உன் வீட்டை பூட்டிக் கொண்டு அமர்ந்திருந்தாய். அதுவும் சிறை வாழ்க்கைதான். ஆனாலும் இடையிடையே ஆண்டவனை நோக்கி உண்மை யிலேயே பிரார்த்தனை செய்தாய். அதனால் உன் பாவம் எல்லாம் கரைந்து விட்டது போய் வா" என்று ஜென் கூறியதைக் கேட்டு மனம் தெளிவடைந்தான் அவன்.

●

18. இறைவன் படைத்த உயிர்!

ஒரு குயவன் ஒரு ஆட்டின் கழுத்தில் கயிற்றைக் கட்டித் தரதர வென இழுத்துச் செல்வதை அந்த ஊரிலிருந்த ஜென் துறவி பார்த்தார்.

அவனுடன் செல்ல மறுப்பதைப் போல அந்த ஆடு அலறிக் கொண்டே இருந்தது ஜென்குருவின் மனதை வருத்தியது.

"அய்யா! இந்த ஆட்டை ஏன் இப்படி கயிறு கட்டி இழுத்து இம்சை செய்கிறீர்கள்? இந்த ஆட்டை எங்கே கொண்டு செல்கிறீர்கள்?" என்று அவர் கேட்டார்.

"பண்டிகை வரப் போகுதில்ல சாமி அதற்கு பலி கொடுப்பதற்குத் தான் இந்த ஆட்டை இழுத்திட்டுப் போறேன்" என்றான் அந்தக் குயவன்.

"பலியா? யாருக்குப் பலி?" என்று கேட்டார் துறவி.

"தெய்வத்துக்கு திருவிழா நடக்கப் போகுதில்ல. அன்றைக்கு சாமிக்கு பலி கொடுத்தால் அது ரொம்பவும் சந்தோஷப்படும்ல எல்லாரும் சுபீட்சமா இருக்கறதுக்கு நல்ல வரம் கொடுக்கும்."

அதனைக் கேட்ட ஜென் துறவிக்கு கோபம் வந்தது. அவன் கையில் வைத்திருந்த மண்பானையை எடுத்து ஓங்கித் தரையில் அடித்தார். பானை துண்டு துண்டாகச் சிதறியது.

அந்தக் குயவன் துறவியின் அந்தச் செயலால் அதிர்ச்சியும், கோபமும் அடைந்தார்.

"என்ன காரியம் செய்தீர்கள்?" என்று கேட்டான்.

துறவி நிதானமாகக் குனிந்து உடைந்து சிதறிய பானைத் துண்டுகளை அத்தனையும் பொறுக்கி குயவனிடம் நீட்டினார்.

"என்ன இது?" என்று குயவன் கோபமாகக் கேட்டான்.

"உனக்குப் பிடித்தமானது தானே இது?" என்று கூறினார் துறவி.

"அறிவு கெட்டதனமாக உளறுகிறீர்களே. நான் கஷ்டப்பட்டு செய்த பானையை உடைத்து விட்டு அது எனக்கு பிடிக்கும் என்று என்னிடமே நீட்டுகிறீர்களே. உங்களுக்கு பைத்தியம் பிடித்து விட்டதா?" என்று ஆவேசப்பட்டான் குயவன்.

"நான் மிகவும் பிரியப்பட்டுதான் இக்காரியம் செய்தேன்" என்றார் துறவி.

"நான் செய்த அந்தப் பானையில் என்னுடைய உழைப்பு முழுவதும் அடங்கியுள்ளது. அப்படி இருக்க அதனை உடைக்க நான் எப்படி சம்மதிக்க முடியும்?"

"அப்படியா நல்லது. இறைவன் படைத்த ஓர் உயிரை கதறக் கதற வெட்டிக் கொன்று பலியிடலாம் என்று உனக்கு யார் சொன்னது? இதை இறைவன் மகிழ்வுடன் ஏற்றுக் கொள்வான் என்று யார் சொன்னது? எந்தத் தகப்பன் தன் குழந்தை கொல்லப்படுவதை விரும்புவான்?" என்று அந்த ஜென் துறவி அடுக்கடுக்காக கேள்வி கேட்டதும் அந்தக் குயவனுக்கு உண்மை உறைத்தது.

நிதானமாக குயவன் ஆட்டின் கழுத்திலிருந்த கயிற்றை அவிழ்க்கத் தொடங்கினான்.

●

19. மனதை விட்டு இறங்காத எண்ணம்

பக்கத்து ஊருக்குச் சென்று அங்கிருந்த மக்களுக்கு நல்ல உபதேசங்களைச் செய்து விட்டு இரண்டு ஜென் துறவிகள் நடந்து வந்து கொண்டிருந்தனர்.

வரும் வழியில் நல்ல அடை மழை பிடித்துக் கொண்டது. அவர்கள் இருவரும் ஒரு குடிசையின் கீழ் மழைக்காக ஒதுங்கி வெகுநேரம் நின்று கொண்டிருந்தனர்.

மழை நின்றதும் தங்களது மடத்தை நோக்கி நடந்து சென்று கொண்டிருந்தபோது வழியில் ஒரு அழகான இளம்பெண் சாலையைக் கடக்க முடியாமல் தவித்துக் கொண்டிருந்தாள். இதனைக் கண்ட துறவிகளில் ஒருவர், "பெண்ணே! உனக்கு என்ன வாயிற்று? ஏதேனும் உதவி உனக்கு தேவையா?" என்று கேட்டார்.

அந்தப் பெண்ணோ, 'சாமி நான் என்னுடைய தோழியின் திருமணத்திற்குச் செல்ல வேண்டும். ஆனால் இந்தச் சாலை முழுவதும் சேறும் சகதியுமாக உள்ளது. நடந்து சென்றால் நிச்சயம் என்னுடைய அழகிய பட்டுப் பாவாடை பாழாகிவிடும்' என்று கூறி வருந்தினாள்.

"உனக்கு நான் உதவி செய்கிறேன். கவலைப்படாதே. என் தோள்களின் மீது ஏறிக் கொள். நீ சேர வேண்டிய இடத்தில் உன்னை பத்திரமாக இறக்கி விடுகிறேன்" என்று கூறி அவளுக்கு உதவி புரிந்தார் அந்தத் துறவி.

அதன் பிறகு தன்னுடைய சக துறவியுடன் திரும்பி வரும் போது, அவர் கோபமாக இருப்பது போல முகக் குறிப்பு அறிந்து கேட்டார்.

'துறவியே! நீங்கள் என் மீது கோபமாக இருப்பதுபோல உணர்கிறேன். உண்மையா?' என்று கேட்டார்.

அதற்கு அவர், "நாம் ஒரு ஜென் துறவி என்பதை முற்றிலும் மறந்து விட்டு அந்தப் பெண்ணை எப்படித் தொட்டுத் தூக்கலாம் நீங்கள்? இது தவறு என்று உங்களுக்கு தோன்றவில்லையா?" என்று கேட்டார்.

உதவி செய்த துறவி, "தூக்கிய அந்தப் பெண்ணை அப்போதே நான் இறக்கி விட்டேன். நீங்கள் தான் அந்தச் சம்பவத்தை இறக்காமல் மனதிலேயே சுமந்து கொண்டு இருக்கிறீர்கள்" என்று கூறிவிட்டு அவரைத் தாண்டி நடக்கத் தொடங்கினார்.

●

20. உடனே கடவுளைக் காட்டுங்கள்!

மிகப் பழங்காலத்தில் கட்டப்பட்ட புராதனமான மடம் அது. அங்கே நிறைய ஜென் துறவிகள் இருந்தனர்.

அந்த புராதன ஜென் குரு மடத்தைக் காண நாட்டின் பல மூலைகளில் இருந்தும் அன்றாடம் மக்கள் வந்து செல்வது வழக்கம்.

அன்று காலையில் ஒரு குதிரையிலிருந்து இறங்கிய ஒரு யாத்ரீகன் அந்த மடத்துக்குள் நுழைந்தான். அவன் நீண்ட தூரம் பயணம் செய்ததால் பார்ப்பதற்கு மிகவும் களைப்புற்றவனாகத் தோன்றினான்.

அந்த மடத்திலிருந்த மூத்த துறவி அவனை வரவேற்றார். "சுவாமி! நான் பல மைல் தூரப் பயணம் செய்து இங்கே வந்திருக்கிறேன். எனக்குள் ஒரு பெரிய ஆசை இருக்கிறது" என்றான் அவன்.

"இருக்கட்டும். முதலில் உள்ளே வாருங்கள். முதலில் மடத்தினை பார்த்து ரசியுங்கள்" என்று துறவி அந்த யாத்ரீகனை கைபிடித்து அழைத்துச் சென்றார்.

"அய்யா இந்த மடத்தின் புராதனமான கோயில் இது. இந்த கோயில் 16 ஆம் நூற்றாண்டில் கட்டப்பட்டது" என்று கூறி அதிலுள்ள சிற்பங்களின் பெருமைகளை எடுத்துக் கூறினார்.

"துறவியே! நீங்கள் விவரிக்கும் இந்த சிற்பங்கள் யாவும் அற்புதமான படைப்புகள் தான். ஆனால் இங்கு நான் கடவுளை காணும் ஆசையோடு தான் வந்துள்ளேன். எனக்கு உடனடியாக கடவுளைக் காட்டுங்கள்" என்றான் அவன்.

"ஓ.... நீ கடவுளைக் காண வந்தவனல்லவா? சரி வா" என அவனை சமையல் கூடத்துக்கு அந்த ஜென் துறவி அழைத்துச் சென்றார்.

"இன்னும் சிறிது நேரத்தில் உணவு தயாராகிவிடும். அது வரையில் இங்கு வேதங்கள் ஓதுவதைக் காதால் கேளுங்கள்" என்றார்.

"சுவாமி! எனக்கு வயிற்றுப் பசி ஏதும் இல்லை. நான் வேத மந்திரம் யாவும் கற்றவன். எனக்கு கடவுளை முதலில் காட்டுங்கள்" என்றான் அந்த யாத்ரீகன்.

அதன் பிறகு அந்த ஜென் துறவி அவனை அந்த மடத்தின் நந்த வனத்துக்கு அழைத்துச் சென்று அந்த தோட்டப் பராமரிப்பு குறித்த பெருமைகளை சொல்லத் துவங்கினார் துறவி.

"சுவாமி போதும். நான் புறப்படுகிறேன்" அவன் அவ்வாறு கூறியதும், 'இரவு உணவு அருந்தவில்லையா?' என்று துறவி கேட்டபோது அந்த யாத்ரீகன் குதிரையில் ஏறிவிட்டான்.

"சுவாமி! நான் இங்கே கடவுளைத் தேடி வந்தேன். மடம், கோயில், சமையல் கூடம், வேதம் யாவும் கண்டேன். இங்கு வசதி, தூய்மை, ஒழுக்கம் மட்டுமே இங்கு நிரம்பி வழிகிறதே தவிர கடவுள் இருப்ப தாக எனக்கு தெரியவில்லை"

சிறிது நேரத்தில் அந்த துறவி முன்பு அந்தக் கடவுளே தோன்றினார்.

"கடவுள் என்பவர் யார் அன்புடன் விரும்பி வேண்டி அழைக் கிறார்களோ அவர்களுக்காக ஓடோடி வருவார். நீங்கள் உங்கள்

மடத்தின் பெருமைகளை மட்டுமே கூறி அவனை விரட்டியடித்து விட்டீர்கள்.

அடுத்தமுறை அவன் என்னைக் காண இங்கு வந்தால் அவனுக்கு என்னைப் பற்றி புரிய வைக்க முயற்சி செய்யுங்கள். உங்கள் போலியான மடத்தின் பெருமையை மட்டுமே கூறிக் கொண்டு இருக்காதீர்கள்" என்று கூறி மறைந்தார்.

●

21. உன்னுள் நீ யார்?

அன்று அந்த ஜென் மடத்தில் நிறைய கூட்டம். ஜென் குருவிடம் படித்த பழைய மாணவர்கள் சிலர் கூட அன்று வந்திருந்தனர்.

ஜென் குரு ஒவ்வொருவரையும் மிகுந்த அக்கறையுடன் விசாரித்துக் கொண்டிருந்தார். அப்போது பழைய சீடன் ஒருவன் குருவிடம் மிகவும் தயங்கித் தயங்கி நின்று கொண்டிருப்பதைக் குரு கவனித்தார்.

"என்ன சீடனே! குருவிடம் கேட்பதற்கு ஏதோ ஒரு தயக்கமான கேள்வி இருப்பது போல் தெரிகிறதே. என்ன கேள்வி கேள்" என்றார் குரு.

"குருவே நீங்கள் கற்றுக் கொடுத்த யாவும் எனக்கு நல்ல முறையில் பயன்பட்டு வருகிறது...." என்றான் அவன்.

"பிறகென்ன உன்னிடம் இப்போது கேள்வி?" என்று கேட்டார் குரு.

"குருவே நீங்கள் கூறிய முறையிலேயே நான் தியானத்தை சரியாக முறையாக கடைப்பிடித்து வருகிறேன். உண்மையிலேயே அந்தத் தியானம் எனக்கு மன அமைதியையும், அறிவுக் கூர்மையையும்

அளிக்கின்றது. அதனை நன்கு உணர்கிறேன். அதில் மாற்றுக் கருத்தில்லை....."

"சீடனே! நீ கேட்க வந்த விசயம் என்ன? நேரடியாகக் கேள்...."

"குருவே! பிரச்சனை என்னவென்றால்... நான் தியானம் செய்யும் நேரங்களில் நல்லவனாக இருக்கிறேன். ஆனால் மற்ற சமயங்களில் நான் அதுபோல நல்லவனாக இருக்கிறேனா என்பது எனக்கு சந்தேகமாக இருக்கிறது.

ஏனென்றால் நான் மற்ற நேரங்களில் சில தவறுகளைச் செய்வது போல உணர்கிறேன். தியானம் செய்யும் ஒருவனுடைய மனோநிலை இப்படி இரு கூறாக இருப்பது சரிதானா? இதை நினைக்கும் போது என் மீதே எனக்கு வருத்தம் ஏற்படுகிறது." என்றான் அந்தப் பழைய சீடன்.

அதைக் கேட்ட குரு முகத்தில் புன்னகை ததும்பியது.

"ஓ.... விசயம் இது தானா? அப்படியென்றால் நீ தியானமும் செய்கிறாய். தவறும் செய்கிறாய். அது தானே உன் பிரச்சனை?" என்று கேட்டார் அவர்.

"ஆம் குருவே. இந்தப் போக்கு தவறு தானே?" என்று கேட்டான் அவன்.

"அப்படியென்றால் ஒன்று செய். நீ தினம்தோறும் தியானம் செய். தினமும் நீ கூறுகிறபடியே தவறும் செய்து வா. சில தினங்களின் இவ்விரண்டில் ஏதேனும் ஒன்று தானாக நின்றுவிடும்" என்று குரு கூறினார்.

குரு கூறி முடிப்பதற்குள் அந்தப் பழைய மாணவன் "குருவே ஒரு வேளை என்னுடைய தியானம் நின்று போனால் என்ன செய்வது?" என்று கேட்டான்.

"நீ உனக்குள் யார் என்பது அப்போது தெளிவாக உனக்கு விளங்கி விடும். அதுவும் நல்லது தானே...." என்று சிரித்தபடியே ஜென்குரு கூறினார்.

22. நான் எனும் கர்வம்

ஜென் குருவிடம் இருந்து மூன்று சீடர்களில் மூன்றாவது சீடன் தன்னுடைய குரு மீது மிகுந்த பக்தியும், நம்பிக்கையும், விசுவாசமும் வைத்திருந்தான்.

தன்னுடைய குரு மகா சக்தி வாய்ந்தவர் என்று அவருடைய ஆற்றல் மீது அபார நம்பிக்கை வைத்து இருந்தான்.

ஜென் குருவும் சீடர்களும் ஒருநாள் காட்டு வழியில் போய்க் கொண்டிருந்தபோது ஒரு நதியானது பெரும் சீற்றத்துடன் வெள்ளம் பெருக்கெடுத்து ஓடிக் கொண்டிருந்தது.

நதியை தாண்டினால் தான் அக்கரை செல்ல முடியும். குருவும் சீடர்களும் தயங்கியபடி என்ன செய்வதென யோசித்தனர்.

எப்படியும் நதியைக் கடந்தாக வேண்டும். மூன்றாவது சீடன் தன்னுடைய குரு மீது வைத்திருந்த நம்பிக்கையில் சற்றும் தயங்காமல் மந்திரத்தை உச்சரித்தவாறு தண்ணீர் மேல் நடக்க ஆரம்பித்தான். தண்ணீருக்குள் மூழ்கி விடாமல் நடந்து அவன் நதியைக் கடந்து அக்கரையில் போய் நின்றான்.

ஜென் குரு தமது சீடனின் அசாத்திய சாதனை கண்டு வியந்து போனார்.

என்னுடைய பெயரை மனதுக்குள் உச்சரித்ததால் இத்துணை ஆற்றல் அவனுக்குள் ஏற்பட்டுள்ளதே! அப்படியானால் நான் எவ்வளவு சக்தி மிக்கவனாக இருக்க வேண்டும் என்று மனதுக்குள் ஜென் குருவுக்குள் கர்வமும், தற்பெருமையும் அலையடித்தன.

தன்னாலும் நீரில் நடக்க முடியும் என்று நினைத்தவாறு 'நான்.. நான்.... நான்' என்று நதி மீது நடக்கத் துவங்கினார். ஆனால் அந்த துறவி நீருக்குள் மூழ்கி விட்டார். நீச்சல் தெரியாததால் இறந்து விட்டார்.

●

23. வார்த்தைகள் வலிமை மிக்கவை

குருவுக்கும், சீடர்களுக்குமான கலந்துரையாடல் மிகவும் சுமூகமாக அன்றைக்குப் போய்க் கொண்டிருந்தது.

"உரையாடல் என்பது ஒரு அற்புதமான கலை. எல்லோருக்கும் இசைவான வார்த்தைகளை உச்சரிக்கும்போது அது உயர்வான இசைக்கு நிகரானது என்பதைப் புரிந்து கொள்ளுங்கள். ஒரு வார்த்தை வெல்லும். ஒரு வார்த்தை கொல்லும்" என்று ஜென் குரு அப்போது பொறுமையாக போதித்துக் கொண்டிருந்தார்.

அச்சமயம் திடீரென்று ஒரு சீடன் எழுந்தான். 'குருவே! நான் எல்லாம் வல்ல கடவுளாக வேண்டும் என்று கவனமாகக் கூறுவதால் நான் கடவுளாகி விட முடியுமா?

அல்லது நான் சாத்தானாக வேண்டும், சாத்தானாக வேண்டும் என்று கூறுவதால் சாத்தானாகி விடுவேனா?

நீங்கள் கூறுவது ஏற்புடையதாக இல்லை. வார்த்தைகளுக்கும் செயல்களுக்கும் எந்த விதச் சம்பந்தமும் இல்லை என்பது என் கருத்து..' என்று அவன் கூறினான்.

விதண்டவாதமாக அவன் அவ்வாறு கூறியதைக் கேட்டு குருவுக்கு கோபம் வந்துவிட்டது.

"ஏ முட்டாளே! உன் மண்டையில் இப்போது களிமண் தான் வந்து உட்கார்ந்திருக்கிறது. ஆகையால் உட்கார் முதலில்...." என்று கூறினார்.

அதனைக் கேட்டு அந்த சீடனுக்கு படபடவென ஆத்திரம் வந்து விட்டது. முட்டாள் என்று தன்னை எல்லோருக்கும் முன்பாக கூறியதால் குருவை தகாத வார்த்தைகளால் அவனும் திட்டி விட்டான்.

அவன் ஆத்திரம் பொங்கக் கூறியதையெல்லாம் பொறுமையாகக் கேட்டு விட்டு, "ஞானமுள்ள சீடரே! உங்களை நான் முட்டாள் என்று அவசரப்பட்டு கூறியதற்கு மன்னியுங்கள். தெரியாமல் கூறி விட்டேன்" என்றார் குரு.

குரு சட்டென அப்படிப் பணிவாகக் கூறியதைக் கேட்ட மாத்திரத்தில் அமைதியாக உட்கார்ந்து விட்டான் அந்த சீடன்.

"பார்த்தீர்களா சீடர்களே! வார்த்தைகளின் வலிமை என்ன என்பதை. உரிய கவனமின்றி நான் வார்த்தைகளை தவறாக உச்சரித்தபோது எனக்கு இந்த சீடன் எத்தகைய வசை மொழியை தந்தான் என்பதைப் பார்த்தீர்களா?

அதே சமயம் சரியான வார்த்தைகளை பயன்படுத்தியதும் இவன் எப்படி அமைதியாகி விட்டான் என்பதும் தெரிகிறது. இதுதான் வசை மொழிக்கும், சாத்தானுக்கும் உண்டான தொடர்பு என்பது" என்று சீடர்களைப் பார்த்துக் கூறியபோது அந்த விளக்கம் மிக அருமையாகப் புரிந்தது.

●

24. உண்மையை எப்படிக் கண்டறிவது?

வயது மூப்படைந்த நிலையில் அந்த ஜென் மடாலயத்தில் இருந்து நாளும் அறிவுரை சொல்லி வரும் அந்த ஜென் குரு மீது அந்த ஊர் மக்களுக்கு மிகுந்த மதிப்பு இருந்தது.

அந்த மடாலயத்தில் தங்கி இருந்த ஒரு சிறுவனுக்கு ஜென் குருவின் சொல்வன்மை மீது மிகுந்த வியப்பு அவ்வப்போது ஏற்படும்.

இந்த குருவுக்கு தெரியாத விசயங்களே இந்த உலகில் இல்லையோ என்று பல நேரம் பிரமிப்போடு அவரைப் பார்த்துக் கொண்டே இருப்பான்.

மடாலயத்துக்கு குருவைப் பார்க்க வந்திருந்த ஒருவரிடம் சில தெளிவுரைகளைக் கூறிவிட்டு குரு அப்போது தான் திரும்பினார்.

தன்னையே நீண்ட நேரமாக அந்த சிறுவன் பார்த்துக் கொண்டிருப்பதைப் பார்த்து விட்டு "என்னப்பா உனக்கு ஏதாவது கேள்வி இருக்கிறதா?" என்று சிரித்தபடியே கேட்டார்.

"ஆம் குருவே! உண்மை என்ற ஒன்றை கண்டறிய நான் என்ன செய்ய வேண்டும்?" என்று கேட்டான்.

குரு சற்று நேரம் திகைத்துப் போனார். சிறுவன் ஏதோ விளையாட்டாகக் கேட்கிறானோ என்று எண்ணியவராய், "சொல்கிறேன் கேள். இரண்டு கைகளைக் கொண்டு ஒரு ஒலியை நாம் உருவாக்க முடியும். அது உனக்குத் தெரியும். ஆனால் ஒரு கை கொண்டு ஓசை எழுப்புவது எது என்பதை முதலில் கண்டறிந்து வந்து என்னிடம் சொல்...." என்றார்.

அந்தச் சிறுவனும் குரு கூறியதை வணங்கி ஏற்றுக் கொண்டு தன்னுடைய அறைக்குச் சென்று தியானத்தில் ஈடுபட்டான்.

மூன்று நாட்கள் அவன் தியானத்தில் ஈடுபட்டிருப்பதைக் கண்டு அந்த அறைக்கு ஜென்குரு சென்றார்.

"நீர் துளிகள் எழுப்பும் ஒலியா அது குருவே?" என்று சிறுவன் கேட்டான்.

"இல்லை" என்று கூறிவிட்டுத் திரும்பி விட்டார் குரு.

அறையை விட்டு எழுந்த சிறுவன் நேராக பின்னால் இருந்த மரத்தடியில் அமர்ந்து தியானம் செய்ய ஆரம்பித்தான்.

மூன்று மாதங்கள் உருண்டோடி விட்டது. ஒரு நாள் தியானத்திற் கிடையே 'குருவே! மரங்களில் வெட்டுக்கிளி, எழுப்பும் ஓசையா? அல்லது காற்றின் ஒலியா?' என்று கேட்டான்.

"இல்லை அப்பா. இன்னும் கடுமையாக தியானம் செய். தெரியும்" என்றார் குரு.

வேறு ஒரு மரத்தடி நோக்கி சென்று கடும் தியானத்தில் மூழ்கினான் சிறுவன். ஓர் ஆண்டு முடிந்த நிலையில் அவனைத் தேடி குரு வந்தார்.

அவனோ மரத்தடியில் தியானத்தில் மூழ்கிப் போயிருந்தான்.

அப்போது அவன் உடலில் சில தெரியாத அமைதியான அதிர்வுறும் ஒலிகளால், அவனது உடல் மிகவும் மென்மையான வெறும் காற்று நகர்வது போல நடனம் ஆடிக் கொண்டிருந்தது.

அதனைக் கண்ட ஜென் குரு அந்தச் சிறுவனை தொந்தரவு செய்ய விரும்பவில்லை.

அவர் அந்த இடத்திலேயே அமர்ந்து காத்திருந்தார். பல மணி நேரம் கடந்த நிலையில் சூரியனும் மறைந்து கொண்டிருந் தான்.

'சீடனே!' என்று குரு அழைத்தார். அவன் கண்களைத் திறந்து 'இது தான் விடை" என்றான்.

ஜென் குரு அமைதியாக அவனைப் பார்த்தபடியே "ஆம்... நீ அந்த உண்மையை அறியும் நிலையை அடைந்து விட்டாய். நீ தியானம் செய்யும்போது உணர்ந்தாயே 'ஓம்' எனும் ஒலி அதனை நானும் கேட்டேன்" என்றார்.

●

25. சீடராகச் சேர்வதற்கு சோதனை!

உதவாக்கரையாக ஊர் சுற்றி இப்படிக் காலத்தை கழித்துக் கொண்டிருக்கிறோமே என்று கவலைப்பட்ட நான்கு நண்பர்கள் ஒரு ஜென்குருவிடம் சீடர்களாகச் சேர்ந்து புது வாழ்க்கை துவங்க திட்டமிட்டனர்.

பக்கத்து ஊரிலிருந்த ஜென் துறவி மடத்துக்கு மறுநாள் அதிகாலை யிலேயே போய்ச் சேர்ந்தனர்.

'சாமி! நாங்க நாலு பேரும் இது நாள் வரை யாருக்கும் பயன்படாத வகையில் உதவாக்கரையா திரிஞ்சு வாழ்க்கையை பாழாக்கிட் டோம். உங்களிடம் சீடர்களா சேர்ந்து நல்ல ஞானத்தைப் பெறு வதற்காக வந்திருக்கிறோம். எங்களை சீடர்களாக சேர்த்துக் கொள்ளுங்கள்' என்று வேண்டினர் நால்வரும்.

"என்னிடம் சீடனாகச் சேருவதற்கு மிகவும் பொறுமையும் புலனடக்கமும் வேண்டும். ஒரு சின்ன சோதனைக்குப் பிறகு உங்களை சீடர்களா சேர்ப்பது பற்றி முடிவு எடுக்கிறோம்" என்றார் ஜென்குரு.

“என்ன செய்யனும்னு சொல்லுங்க சாமி. நாங்க உடனே செய்யுறோம்....”

“ஒரு வாரம் நீங்கள் யாரோடும் பேசக் கூடாது. அப்படி யாரெல்லாம் பேசாமல் இருக்கிறீர்களோ அவர்களைச் சீடனா ஏற்றுக் கொள்கிறேன்” என்றார் குரு.

அதன் பின் அந்த குரு அவர்கள் நால்வரையும் தமது குடிலுக்கு அழைத்துச் சென்றார்.

அந்த நான்கு பேர்களும் அந்த ஜென் துறவியிடம் எப்படியும் சீடர் களாகி விடுவது என்று முடிவு செய்து வாய் பேசாமல் ஒரு வாரம் அமைதி காப்பது என்று அமர்ந்தனர்.

முதல் நாள் பகல் முழுவதும் ஒருவரும் பேசவில்லை. இரவும் வந்தது. வெளியில் யாரோ தடபுடவென ஓடும் சப்தம் கேட்டது.

வெளியே என்ன நடக்கிறது என்று அறிந்து கொள்ளும் ஆவலில் ஒருவன் ‘யாரது? என்ன சப்தம் அங்கே?’ என்று கேட்டான்.

அடுத்த கணம் இன்னொருவன் “வாங்கடா என்னன்னு போய்ப் பார்ப்போம்” என்றான்.

“ரெண்டு பேரும் சரியான முட்டாள்கள்னு நிரூபிக்கற மாதிரி பேசித் தொலைச்சிட்டீங்களே.... குரு சொன்னது மறந்துட்டீங்களா? ஒரு நாள்கூட வாய் பேசாம பொறுமையா இருக்க உங்களால் முடியலை. நீங்க எப்படி ஐம்புலன்களையும் அடக்கி வருசக் கணக்கா கடவுளை நினைச்சு தியானம் செய்ய முடியும்?” என்றான் மூன்றாமவன்.

“ஆக மொத்தம் மூனு பேருமே முட்டாள்கள் தான். நாலு பேரில் வாயைத் திறக்காத நான்தான் சீடனாகப் போறேன்...” என்று நான்காவது நண்பன் கூறியதைக் கேட்டு விட்டு ஜென் குரு அவர்களை மடத்தை விட்டு வெளியே அனுப்பி விட்டார்.

●

26. போராட்டம் எனும் வலிமை

'**வா**ழ்க்கை என்றால் என்ன என்பது பற்றி தெரியாததனால், ஒரே அச்ச உணர்வில் நாங்கள் இருக்கிறோம் குருவே! எங்கள் அச்சத்தை நீங்கள் போக்க வேண்டும்.'

அந்த ஜென் துறவியிடம் சீடர்கள் பலரும் கூடி நின்று கோரிக்கை வைத்தனர்.

'நானும் சில நாட்களாகவே உங்கள் யாவரையும் கவனித்துக் கொண்டு தான் இருந்தேன். சதா யோசனையும் குழம்பிய முகமு மாக நீங்கள் கூடிக் கூடிப் பேசிக் கொண்டிருப்பதைப் பார்த்தேன். சரி வாருங்கள். நான் உங்களுக்கு தெளிவுபடுத்துகிறேன்' என்று ஜென் துறவி கூறவும் சீடர்கள் அவர் முன் வந்து கூடினர்.

'நீங்கள் பட்டாம்பூச்சியைப் பார்த்திருக்கிறீர்களா?'

'ஓ பார்த்திருக்கிறோம் குருவே'

'நீங்கள் பறந்து செல்லும் பட்டாம்பூச்சியை பார்த்திருப்பீர்கள். அதன் வண்ண மையமான சிறகுகள் முளைப்பதற்கு முன்னே அது

எங்கே எப்படி வாழ்ந்தது, எப்படி வெளியே வந்தது என்பது தெரியுமா? சரி வாருங்கள் அதன் கூட்டை காண்பிக்கிறேன்' என்று ஜென் துறவி அவர்களை அழைத்துக் கொண்டு ஒரு சுவர் ஓரமாய் தென்பட்ட பட்டாம்பூச்சியின் கூட்டை காண்பித்தார்.

'இந்தக் கூட்டில் தான் அந்த பட்டாம்பூச்சி வாழ்கிறது. இந்த உலகை காண்பதற்கு முன் எவ்வாறு கஷ்டப்பட்டு வருகிறது தெரியுமா? இன்னும் கொஞ்ச நேரத்தில் அந்த பூச்சி நீண்ட போராட்டங்களுக்கு பிறகு வெளியே வந்து விடும். அதற்கு யாரும் உதவக் கூடாது' என்று கூறிவிட்டு மடாலயத்திற்குள் சென்று விட்டார்.

பட்டாம்பூச்சியின் கூட்டையே பார்த்துக் கொண்டிருந்தான் ஒரு சீடன். அந்த ஓட்டை உடைக்க அது மிகவும் போராடிக் கொண்டிருப்பதைப் பார்த்து விட்டு அது கஷ்டப்படுவதாக நினைத்து அந்த ஓட்டை லேசாக உடைத்து விட்டான் சீடன்.

ஆனால் அந்த பட்டாம்பூச்சி வெளியே வந்து இறந்து விடுகிறது. இதனால் அந்த பட்டாம்பூச்சியின் இறப்புக்கு காரணமாகி விட்டான் அந்த சீடன்.

சிறிது நேரத்தில் மடாலயத்திலிருந்து ஜென் துறவி அங்கு வந்தார். அப்போது அந்த கூட்டை உடைத்து பட்டாம்பூச்சியின் இறப்புக்கு காரணமான சீடன் அழுது கொண்டே நடந்ததைக் கூறினான்.

"அந்த பட்டாம்பூச்சி ஏன் அவ்வளவு சிரத்தை எடுத்து போராடிக் கொண்டிருந்தது தெரியுமா? தன்னுடைய சிறகுகள் நன்கு வளர் வதற்கும், தன்னை வலுப்படுத்திக் கொள்வதற்காகவும் தான் அந்த பட்டாம்பூச்சி அந்த போராட்டத்தை அனுபவிக்கிறது.

இது பட்டாம்பூச்சிக்கு மட்டுல்ல, மனித வாழ்வுக்குமே இந்த செய்கை பொருந்தும். நமது வாழ்வில் நாம் இன்பமாக வாழ பல போராட்டங்களை சந்திக்க நேரிடும். அதற்காக மனம் உடைந்து விடக் கூடாது. போராட்டங்களை சந்திக்க சந்திக்கத்தான் நமது

மனமும் வலுவடையும். பின்னால் எதற்கும் துணிச்சலோடு போராடி வாழ்வில் முன்னேறலாம்."

வாழ்க்கையைப் பற்றிய தெளிவு இப்போது அவர்களுக்கு புரிந்திருக்கும் என்ற நம்பிக்கையில் ஜென்குரு அங்கிருந்து நகர்ந்தார்.

●